Jiret Poems

Yosef Teklu

Jiret Poems / ብድር፡በምድር

ፅሁፉ ልብወለድ ነው። በውስጡ የተጠቀሱት ስሞችና ተቋማት፣ ከእውነተኛው አለም ጋር ያላቸው ዝምድና የአጋጣሚ ብቻ ነው።

It is a work of fiction. Any resemblance to any person or establishment is entirely coincidental.

www.ethiopianpoems.com

ISBN: 978-0-359-73406-1

First Printing: June 2019

Printed by Lulu Press, Inc.

First Edition: June 2019

<u>የደራሲው፡ሌላ፡መፅሀፍት</u> (Other books)

ግጥሞች፤ላልገጠሙት (Ethiopian Poems)

ይሁን፡እስቲ!! (Amharic Poems)

አማርኛ፡እኛ! (Habesha Poems)

የኛ፡ሰው (Abyssinian Poems)

ፈላጭ፡ቆራጭ፤ ሻጭም፡አንዳድ (Abugida Poems)

ቀልድ፡የቀረው (Berana Poems)

የቀረነው (Fidel Poems)

በነገራችን፡ላይ... (Abay Poems)

ያመለጠን፡እና፡ያመለጥነው (Dashen Poems)

ድንገት፡ለውጥ፡ካመጣ (Tana Poems)

ከቤቱ፡አናት፡ጉልቻ፣ጉልላቱ፡ከምድጃ (Awash Poems)

ኤሎሄ፤ኤሎሄ (Entoto Poems)

እኛና፡እነሱ (Hora Poems)

የባጡ፣የብብቱና፡የመሬቱ (Gojo Poems)

መመራመር (Debtera's Poems)

ምኔ (Begemeder Poems)

ቀኔ (Menz Poems)

እኔን (Addis Poems)

የቁም፡ነገር (Ankober Poems)

ሰውኛ (Geter Poems)

ሁለቴ፡ሰላምታ (Fogera Poems)

የሞት፡ትዕግስት (Amba Poems)

አፍ፡አውጥተው (Meda Poems)

ነጋ፡ደግሞ! (Menagesha Poems)

ቢከፋም፡ባይለማም (Kebena Poems)

የሕይወት፡ሰበብ (Arada Poems)

ሰሞነኛ (Aleqa Poems)

አማርኛ፡ከነጓዙ (Mizan Poems)

አቤት (Gebbi Poems)

ኑሮ፡በቀላሉ (Ye Hager Poems)

ትርፍ፡ሰው (Ye Hizb Poems)

ወዲያና፡ወዲኽ (Dima Poems)

ከዕለታት (Jan Poems)

ነፍስና፡ግርግሩ (Dej Poems)

ችግር፡ነው፡ጌትነት! (Gishen Poems)

አገም፡ጠቀም (Kab Poems)

የሚያልፍ፡ቀን (Mahiber Poems)

ተኖረና፡ተሞተ! (Hiwot Poems)

ቃጭል፡ተጨምሮ (Wenz Poems)

ሰማይ ጠቀስ (Semay Poems)

ለካስ (Demenefs Poems)

ብስል፡ተቀሊል (Bahir Poems)

ለነገሩ (Wikyanos Poems)

ለናሙና ንባብ፣የፀሀፊውን ድረ-ገፅ ይጎብኙ።

www.ethiopianpoems.com

ማውጫ (Contents)

33. የትውልድ ትምክህት አያውቀው ቃል
34. አለም ገዳዮቹ ዘቦቻቸው
35. አንድም ግራ ቀኝ መሐሉ ወንጀል ትዕዛዛት በጠበጡ
36. ማር እሰጥ አገባ ሰብሮ
37. ብሔራዊ ላገለሉት
38. መሸጥ አይታረምም ሱስ እንዳይዝኽ ይሉኝታ
39. መዋደድ ከእንጦጦ አትቸገር
40. ይሆናል አርባ ጉጉ ቋንቋ ዘመናይ
41. ቅድሚያን ሻሻ ችግር
42. ከልኩ ይወደዳል
43. ችቦ ይታማል ገደል ግቡ
44. የወጣው አለማመን
45. ሲገባ ብሶተ-ተዋናይ መቋቋም ካልተቻለ
46. የከተማ ፍለጋ ተዛምዶ
47. ደላላ ማረፊያ ደረጃው
48. ጥሪ ተከሰከሰ ቢወደድ ተትረፍርፎ
49. አካሄዱ ለመምሰል ማረፉ
50. ያላለለት ታጋዩ ለለውጥ የስራ የአንዳንዱ
51. በከንቱ እንዳነሰ ለሚ በስተመጨረሻ
52. ተነስቶ ያነሳሉ አላስፈላጊ
53. አመቱም የተጋጨው በራቸው ምናዊ
54. አልበዛም ቢሆን በለጠ
55. መፈክር ጉድ ጠንክሮ ሲበዛ
56. መልዕክተኛ ያነቡት አበላላቸው ለሙግቱ
57. አሕመድ ሐሳብ ቅዱስ
58. ኃይለ የበዛበት ተሰረዘና እንደፈለግ

59. እንደከፈል ጥጋበ-ጌቶች ጨዋታ እስር

60. ጥናት አድዋ

61. ይስጥልን ያሰፉ

62. ክፍለ-ሀገር ጊዜው ብሶተ-ዐጤ

63. ብሶተ-አርበኞች ብሶት-ሀገሬው እንደይደግፍ ቴዎድሮስ

64. ግርማዊነታቸው ቢፈሩ ሁለቴ

65. ነዋይ ዘመቻ በቀኑ

66. ያልተከራከሩት ቃሌ በገዛ

67. ቀይ ብሶ ነገድ አይነቱ

68. አስገብተው ግንባር

<u>መፍቺያ</u>

በቅንፍ የታከሉት (ላ) እና (ጠ)፣ የሚከተሉት ቃል አነባብ ላልቶ ወይም ጠብቆ መሆኑን ያሳያሉ።ከነዚህ ውጪ ፊደላት በቅንፍ ከተያዙ፣ ቃሉ ሲነገር የተዋጠውን ድምጽ ይገልጣሉ።ቃላት ደግሞ በቅንፍ ከተካተቱ፣ ለአረፍተ-ነገሩ ተጨማሪ ማብራሪያ ይሰጣሉ።

በሌባው

ቅድሚያ የተዘረፈች/ እናቱ ነበረች

ነፍሷን አስረክባ/ እርሱን በወለደች።

ገመድ

ጠልፎ/ ይጥላል

ያስራል/ ይጎትታል

ያንቃል/ ይሰቅላል፤

ይፈሩት ግን/ የታል?

በየቤት አላቸው(ጠ)/ ሲገቡም ያዩታል።

ልክ

ይመርራል ሐሜት/ እክ እንደሐሞት

በጤና ያለውን(ጠ)/ ሲያወሩ አሞት።

ብሶተ-ቆራጣ

እኔ መቆምያ ቢሱ/ ወናን ሳስቅዘው

ጫማ ቢዘነጉ/ ባዶ እግር ተከዘው።

ተራ

"ተራ ሰው!"/ በበይናቲነ መናናቁ *

ለጌታ፣ አንድ ሳሉ/ ሁሉም ያልተለቁ።

ያነስ ሕይወት ይዘው/ በጊዜ ሰልፍ፣ ሳልወደቁ

ይመስል ዋጋ፣ ሞት/ መደዳ የጠበቁ።

*በበይናቲነ - (ግዕዝ) እርስ በርስ

ውሸቱን ላለመናገር

ሐቅታስ አላነስ/ አንገት ያስጎነበስ

ሐቅታ እንጂ የጠፋ/ የልቡን የመለስ።

በቂ

ለዘመን አፍጥጦበት/ በቂ እንዳላበሳጨ

“ሳላየው ሞተ!”/ወዳጅ፤ እንባውን ተራጨ።

አይጠገቤ

የውድ ሕይወትን ዋጋ/ ሞት እንዳስተማረ

አይጠገቤነቱን/ ሀሳብ ባሰመረ፤

ኽልፈት ሲመጣ/ መከደን ተቸገረ

የሬሳ በድን አይን/ ግትር ተተከለ።

ፈጥጦ/ አልተቀየረ

ሳይርገበገብ/ ጭፍን ተሰወረ፤

አፈር እስኪያለብሱ/ በቀረው ጊዜ፣ ሁሉን መረመረ።

መንታ

ፍቅርና ጥላቻ/ መንታ ተወለዱ።

እኩል ያጠባ(ጠ)/ ወላዋይ ልምዱ

ቅርንጫፉ የራቀ/ ከተተከል ግንዱ።

አንዱን ያነቀ/ የቆረጥ ስንዱ

በጨበጠ ቁጥር/ ይታወቃል ክንዱ።

አስቀድሜ

እርሱ/ ለኔ ምኔ?

አልወድደውም/ በማታም በቀኔ።

ዳግም አትጥሩብኝ/ ለሰቀቀኔ

መገላገል(ጠ) እሻ/ በቸኮለው ልቤ።

ያጥናችኹ እላለሁ/ ቤተሰቦቹን አስቤ፤

ላጽናና ስል/ ስሙን አቅርቤ

ሲመቸው ሲሞት/ ለቅሶ እንዳልኼድ፣ ተከናንቤ።

ገና

ምድጃ ሞልቶ/ ከዳሩ ይተርፍም

ቤት ያቃጠለ/ ይንቁበት ፍም፤

“ሁሉም/ ከልኩ አያልፍም።”

ስብጥሩ

“ሁሉን ለእኔ አትበል”/ ቢከለከል

እሺ አለና/ በዛው ቀጠል፤

“ለራሴ...፣ ለገዛዬ...፣ ለፋንታዬ...”/ ጥንቁቅ ሲስተካከል።

እውነት

“ሁሉ ያልፋል/ እውነት ብቻ ይተርፋል”

ስም ሰጥቼ/ ወገን፣ ዘላለም ይጨልፋል፤

ቀብሬው ስመጣ/ ሐቁን ብል ያስከፋል

የእውነት ሐዘኔ/ ከታለለ ይከንፋል።

በእጄ

“ሁሉ በእጄ/ ሁሉ በደጄ”

ለምን እሆናለኹ/ ሌላ ሰው ወድጄ?
ለእመኘው/ ከገዛዬ ሄጄ
ወዲያውም/ መጥቼ፤
እታደግ እራሴን/ እጆቼን ዘርግቼ።

ቢታመም

እንዴት ቢታመም/ ዛሩ እንኳን የሸሸው
በምድሩ በሽታ/ ፈርቶ ካቆሸሸው?

ይቅርታ

በየዕለቱ/ ተንኮል ተናግሬ
ይቅርታ ስጠይቅ/ ከምሆን አስቸግሬ፤
እኔ የምለው/ ተንደርድሬ
ለምን እስኪያበቃ/ አልሆን ተካርሬ?
ከዛም ወሩ ሳያልቅ/ በቀን ተቃጥሬ
እግር ልውደቅ/ እንባንም ቋጥሬ።

ጥለኛ

ችካሉ ሰበቃ/ የሚያልፍን ከልክሎ
ጥለኛ ጎረቤት/ አጥር አስነቅሎ፤
ያድራል/ አይኑን ተክሎ
ወዲያ ከረገጡ/ ጠመንጃ ደግኖ።

አጥሩ

አይተማመን ጎረቤት/ አጥሩም ያስታውቃል።

መትከሉ እንዳልበቃ/ ከአይን ይደብቃል፤

በላዩ ይንጠለጠል/ ረዝሞ ይተልቃል

ሌላ ችካል/ በአናቱ ይደልቃል።

አየነው

አየነው ብለነው/ ጠፋ ጠቀለለ።

እንዴት ቢሰለቸው/ አይን ለከለከለ

ከአፈር ለመደበቅ/ እንዲኽ የቸኮለ?

ስራዬ

አንዳንዱ/ ስራዬ ብሎ

ማለት ነው ስራው/ ወሬ አቀብሎ።

ቆሞ

ከፎቅ አናት/ ሊዘልል ቆሞ

እራሱን ሊገድል/ በታቦታት ምሎ፤

መስኮት ያጸዳ/ መጣና ተናግሮ።

"ጌታው፣ ፈጠን በል/ ጊዜ በኔ አጥሮ

በወር አይደለም/ እጄ፣ በሰዓት ተቀጥሮ፤

ትዘልል ከፈለግኽ/ አትያዝን ቀጠሮ።

አመታት ካልሆኑልኽ/ ዕድሜኽ ተቸግሮ፤

ስታንገራግር/ በሕይወት ተፈጥሮ

ለሌላ ደቂቃ/ ምን ያደርጋል ኑሮ?"

ተመልክቶ

ከበታች/ ያንጋጠጥ ጥበቃ፤

ማመንታቱን ያላየ/ በላይ ፊት ፈረቃ

ይበተናል አምኖ/ ይሄ የሰው ዶቃ፤

አታክልተኛም ሳለ(ጠ)/ እጅጉን ጠንቃቃ

ለተከላቸው/ ጽጌረዳ መልካ፤

ልምምጡን/ ለጩኸት አበቃ።

"ጌታዬ እባክዎት/ በልመና ጣልቃ

እዚኽ ዘንድ ይቅር/ የተከሉ አልጋ።

ከሕንፃው በስተጀርባ/ ጥቂት እርምጃ ጋ

ሲሚንቶ አለሎት/ መትረፍ አያሰጋ።

እነዚኽ ቡቃያዎች/ ያምሩ ስፈጋ

ሳጠጣ ሰንብቼ/ ለወራት ሲነጋ፤

አይግደሉብኝ/ የእርሶ ሞት ሳልበቃ!

አወይ ምን በጀኝ/ የኔ ዕድል ጣቃ? *

ጥግ ስከለክል/ ያልፍ ያገድም መንጋ

ከላይ ተጀመረ/ መዝለል ተዘረጋ።"

*ጣቃ -(ግዕዝ) የቀን ጨለማ፣ ጭጋግ

ሕልመ-ጸሐፊ

ዝክር/ ሲነግሩለት፤

"ሲጽፍ/ እንደነበር ገነት

የትውልድ አይደለም/ የእርሱ ብርቅነት!

ያንሰዋል/ ብንልለት፤

ከመጪውም ካለፍ/ ዘመን ቢቆጥርለት

ለሀገሩ ቋንቋ/ ወደር የሌለለት።”

ጠፉ

ያለበትን(ጠ) አውቀን/ ሰው አንድ ጠፉ።

ተገኝን ያፋልግ(ጠ)/ አልፎም ቀርቶ ፈፉ

ስሙን እየጠራ/ እንደው ከንቱ አይልፉ፤

የዕድር ጡሩንባ/ ማለዳ ተነፋ።

አቶ ተገኝ ሞቶ

ወርቅ

መዳብና ነሐስ/ ከሙዳይ ገለጡ

ጌቶችን/ ላጌጡ።

ድግምት እንዳለባቸው/ ዛርን ላላስቆጡ

ተፈራ-ወርቅ ገብተው/ ወቄት አያመጡ?

አልጠላም

ሰዎችን አልጠላም(ላ)/ አንዱንም በጭራሽ

እስካልሆነ አፋቸው/ አይናገርም መላሽ።

ንጣት

የሰማይን መና/ ከዱቄት ጋገሩት።

የወረድ ብናኙን/ ዛሬ እንኳን ባያዩት፤

ዕድሜ ከሰጥዎት/ ሸምግለው ከቆዩት

ከአናቶት ይከመራል/ መሸበትም ይሉት።

ጣር

ጣረ-ሞት አሉት/ ከአልጋ ተንገዋለው

ግብግብ/ እንዳለው(ጠ)፤

ልቀቅ አልለቅቅም/ ታግለው

በጥረት መሰንበት/ ጠያቂን ተማክረው።

ሞት ሰቀነጠሰ/ ባሻና ካገኘው

እንደተግደረደሩ/ ተችሎ ለቆየው፤

እሱ ግን በጊዜ/ ደርሶ ባልዘገየው።

ጣረ-ሕይወት በበጀ/ መሰናበት ሳቸኮለው

ያባብል እንዲቆይ/ አይሄድን ከልክለው፤

እጅ እንደደከመ/ ይለዩ ፈልቅቀው።

እንደተነሱ

ጊዜ ሂያጅ መሆኑን/ ወደፊት የረሱ፤

አሁኑኑ፣ እዚሁ በዚሁ/ ካልተመለሱ

ለፍልሚያና ጥል/ ስለትም መዘዙ።

በችኮላ ስሜት/ ልብ እንደተነሱ

በጥድፊያ ሕይወት/ ከሞት አልታገሱ።

ተድላ ደስታ

ተድላችን በቀረ/ ደስታም ተጨምሮ

በሞተ ሀዘናችን/ ሁለት እጥፍ ኖሮ።

ይጥቀመው

ተድላ ደስታ/ ሞተ

ገነት ገብቶ/ ተቀመጠ።

ማድላት ለራሱ/ በገሃድ ከመረጠ

እግዜርን ይጥቀመው/ ፊት ለለወጠ፤

ከወትሮውና/ ካስደነገጠ

ፈገግና ፈካ/ ሳቅ ላበለጠ።

ድኑ

ሸረሪት/ ሸረረ

ባለቤት/ መረረ።

ጥሉ/ ከረረ

መጥረጊያ/ በረረ

ዕቃ/ ተሰበረ።

ያኛው/ ዕልኩን፣ እንቁላል ቀበረ።

አሙቱን ጠብቆ/ እንደተቀጠረ፤

አባት/ ልጅን በጨመረ

ትግሉ/ ዳግም ተጀመረ።

ለቅሶ

ብሶት የበዛበት ሀገር/ ነገር ባልቀለለ

ጎረምሳው ጎልማሳው/ ከለቅሶ ታከለ።

ትላንት አየን/ የተመሳቀለ

ያዘለ በዋይታ/ የአንቀልባው ሳባበለ።

አንቀልባ - ሕፃን ማዘያ

መታወሻ

የሰው ታሪክ መንገር/ እጅጉን ቀለለ

የሆነው ከሆነ/ ባይሆንም ቀጠለ።

የራስ ሲሆን እንጂ/ ዕድሜ ያማከረ(ጠ)

ሲወላውሉ/ ሞት በታከለ፤

ዘመድ ተባብሮ/ እንደተበቀለ

ጽሑፈ-ሐውልቱ/ በተመሳቀለ።

አይገባበትም

“ዝም ባለ አፍ/ ዝንብ አይገባበትም”

ትንኝን/ አላይዋትም?

ትናጋ ስታውክ/ አፍንጫ ታልፏትም።

ቆዩ

ሰምቼ ታምመው/ ካቻምና በወሬ

ቆዩ ኢያ/ ምነው እስከዛሬ?

በልመና/ ሰው አናግሬ

ስኳትን/ አለሁ በእግሬ፤

የመቃብር/ ገንዘብ ተቸግሬ።

ልክ እንደሞላልኝ/ እወድቃለኹ ተከብሬ።

ተጋገር

አንዳንዱ/ እንጀራ ተጋገር

ሊጥን/ እየነከር፤

ሥራ አድርጎት/ የከበደ ነገር

"ጸጥታ! ጸጥታ!"/ እጁ ሲሽከረከር።

ከምላስ ከንፈር/ ቃሉም ተጋገር

ሲጠሩት እንዳልሰማ/ ጆሮው በተቸገር።

ቤተ-ሙከራ

የመጨረሻ ልጅ/ ቅድሚያ አብጠለጠለ፤

"አንቀልባ አያያዙን/ ጀርባ ላማከለ

ይጠባ ጡጦ/ ወተት ካቃጠለ፤

እኔን እስኪወልዱ/ ለልምዱ ላከለ

በታላቆቼ መቆያ/ ቤት ተስተካከለ።"

ማጥፋት

ልብ ሰባለገ/ ኀፍረትን መጋረድ

ጎጆ ሰተቃጠል/ ጉድጓድ ቅጠል ማልመድ።

አንድ ሁለት

አንድ፣ አልከፈለኝ/ ሁለት፣ ይሳለቃል

ይሄ ሰውዬ ቢሞት/ ደንታዬ ይጠልቃል?

እንጂ ደስታዬ/ ፈገግታ ይልቃል

ደረት ሳልተነካ/ ልብ ይደልቃል።

መተጋገዝ

አውቶቡሱ ሰከነፍ/ ያለጸሐይ ደንገዝ

አንድ የተሳፈር/ በእንቅልፉ የተከዝ፤

ከተቀመጠበት/ ዘነበለ ጎንበስ

ከወለል ወደቀ/ እግሩ ሳልተመለስ።

ድምታው አንቅቶኝ/ ስመለከት ቀና

ሰውየው ቀረ/ ባለበት(ጠ) ቀጠና።

ይነሳል ሲጠበቅ/ ያዘ ማንኮራፋት

እንደተመቸው/ ከምር ፍራሽ መአት።

ፊት ለፊቱ ያለው/ ጠየቀ፣ “በበጎ?”

መለሰለትና አፉ/ ተብተብ አድርጎ፤

ልቤ ጠረጠረ/ ካቲካላ ምጎ።

ለሰካራም/ በገዛ ጥፋቱ

ግድ ስላልሰጠኝ/ ቢመጣ እንኳ ሞቱ፤

ንባቤን ቀጠልኩኝ/ ከእጄ ወረቀቱ።

ነጂው ሲረዳ(ጠ)/ የኋላውን ጥፋት

መኪናዋን/ ጥግ አስያዛት፤

ተነሳም/ ቀበቶ በመፍታት

ያለቦታው ያንኮራፋን/ ሊመልስ ሥርዓት።

ሊወርድም የነበረ/ ይሄን ተመልክቶ

ውጪውን ተወና/ መዳፉን ዘርግቶ።

በርብርብ ሳሉ/ ጣቴ ሳይሆን ረድቶ

አይኔ ግን ወደደ/ አይቶ፣ አይቶ፣ አይዮ።

እንደምንም ተገፍቶ

ሲቀመጥ አግስቶ፤

አንዱ ከሁለታቸው/ የጨበጠው ለፍቶ

ዕቃ ወደቅ ኪሱ/ ማያያዣው ከድቶ።

ውዴታውን ጨርሶ/ ሲያበቃ በርትቶ፤

"ጣሉ ቁልፎትን/ ጌታዬ አቤቶ።"

ቶሎ አስታወስኩት/ እንዳይሄድ ዘንግቶ።

በዚህ ተገባደድ/ ትዕይንት መንገድ መጥቶ

እነሱ በተጉ/ ላቀና ተሰርቶ፤

የእኔ ጉልበት/ ፍንከቹን ረስቶ።

ሳልነቃነቅ/ ድርሻዬን ፈጸምኩኝ

ቃል በጠቀስኩኝ።

የረዳን በረዳ/ የአቅሜን ባደረግኹኝ

እውነቱን ብናገር/ እበልጥ ተደሰትኩኝ!

ለበቀለ

ሳር እንኳን ተስፋፍቶ/ ባሻው ለበቀለ

ስንት ሙጃ ሳለ/ የኔው ተነቀለ።

አቶ በቀለ ሞቶ

ሙሾ

በደረት ኖሮ/ እየተመታ፣ በደረት ተሸኘ

ሱቅ መንገድ አዞሮ/ ተድጦ ተገኘ።

አብረው

የፍቅር በሽታ/ እንዴት ለየት ያለ?

አብረው በታመሙት/ ይጋባ(ጠ) ከሆነ።

ግትር

ግትር ቀበሩ/ ሞተ ትላንትና።

እንቢ ይለውን/ አይፈቅድ በድን ገላ

ከሐውልቱ ፃፉለት/ ከፊትም ከኋላ፤

"አሁን/ አስተያየት፣ ይቀበላል" እና።

አባቱ

"ምን አባቱ!"/ የኃይል መከራከር

ወራዳ ለማለት/ ወግ ካለበት ሀገር።

ከሆነ ሴተኛ/ የአዳሪ ማገር

አያስቆጣ/ ትህትና መናገር፤

ተሽሎ ያስረገዛት/ ስሙ ካደናገር።

አፍ

ትላንት ተወልዶ/ ጨቅላ ያነሰ

በተባራሪ/ አፈር ተመለሰ።

በሕመሙ/ እንባ እያለቀሰ

አንድ እንኳ/ አልቀመሰ፤

ወተቱ/ ፈሰሰ።

ምድር ካፈራችው/ ፍሬ የደረሰ

አድጎ ሳይንጠላጠል/ ከዛፍ ቀነጠሰ፤

በእቅፍ ተይዞ/ አፍ ሙዝ ጎረሰ።

አፍ ሙዝ - አፈ ሙዝ - ጠሀንጃ፤ በጥይት ተመትቶ

ጎደል

የሰማይ/ ቀርፋፋው

በከፊል፣ በጥቂት/ ቃል እንደጠፋው፤

ከሞላ ጎደል ቢል/ አንድ ልጄን ደፋው።

ሞላ የተባለው ልጅ ሞቶባቸው

እዛው

አጠገቡ/ የለበሰው ጋቢ

ትቶት ባይሄድ/ በአሻፈረኝ እንቢ፤

ለፖሊስ ደወለ/ ይደርሱለት ግቢ።

ንዴቱ ጨምሮ/ ልቡን አንገብጋቢ

አፉ/ ተሳዳቢ፤

"ምን ይመስላል?"/ ለመልኩ መዝጋቢ

አወረደ/ ያለአንዳች ተገቢ፤

ደዋይ: አሳማ ፊቱ/ ያደለበው ጠንቢ።

ፖሊስ: ጥቁረቱ?

ደዋይ: ጥልሚያኮስ ሰላቢ።

ፖሊስ: ድምጹ?

ደዋይ: ያናፋ ዋቢ።

ፖሊስ: ቁመቱ?

ደዋይ: አጋሰስ/ የጋሪ ሳቢ።

እንዳያገኙት

ትውልደ-ነገ/ አይደርስበት ስሩ

ጥልቅ ምሳችሁ/ አጥንቴን ቅበሩ።

ድንቅነኽ ብለው/ አከርክር ካገኙ፤

አርፋለኹ ሳስብ/ ለመንገዋለሉ

ያለጨርቅ ገልጠው/ ለመጣው ሲያሳዩ።

የቆዩት

በር ሳንኳኳ/ ከደጅ ቆሜ፣ ጉልበቴን ጨረሳ

ለእጅ ሳትከፍቱ/ እግርም ተጠቅሜ፣ ስጣራሳ?

ጆሮ ገብቶን/ ድም ድሜ የጎረምሳ፤

መስሎን/ ከቤት፣ ጸጥታ ቢበዛ

ከውጪ የሰማን/ ያልነበር ይገዛ፤

ወሬ ጀመርን/ ጉዳይ ከተረሳ።

ድምፃችን/ ሲነሳ

ድልቂያው ወረድ/ የግቢው ደሳሳ።

አሁን ታዲያ/ ምን አመጣችሁሳ?

ማውራቱን ጨርሰን/ ተበልቶም ተገሳ

መግቢያ መቆርቆሩ/ አንድም አልወረዛ።

እንግዳ መምጣቱ/ ልባችን አወሳ

እግራችን ፈጠነ/ መቀርቅር መለሳ።

ሣህል

ሳለኽ ወርቅ/ የተሻል አትመኝ።

እራስ/ ስትመቀኝ

ጠፍቶ/ ባዶ እጅስ ትገኝ?

ባይማሩ

ማኳኳል ለምደው/ የጊዜውን ገላ

ለሞት ባይማሩ/ ከዕድሜ ሕይወት መላ፤

ደገሙ/ ካስጠላ።

ትል ይበላው/ አመት ባልሞላ

ሳጥን ማሰማመር/ ለአፈር ግብር ተድላ።

ዕድሜ

“ዕድሜኽ ምን አከለ?”/ አብዛኛው ጥየቃ

ላለፈው ሳይሆን/ ማልዶ ስንቴ ነጋ፤

ጊዜኽ/ እንደበቃ

ሞትኽ ሰነበተ/ ወይስ በጨረቃ?

አልያዝኩት

ዕዱን እንጃ/ የዚህን ዕድሜ።

ዘርግቼ ልጨብጥ/ ባለኝ ትንሽ አቅሜ

አንዱንም አልያዝኩት/ በቀር ከመቋሜ።

የጠኑት

እግርሜ ባይባል/ ሁሌ ይሆናል ግርሜ።

በዕድ ካይቻለው/ መዳፍ ታክቶ ቆሜ

ፈጥኖ ሲገሰግስ/ መጣ የጠኑት ዕድሜ።

ቀረብኝ

ለምጄ ለምጄ

አከብረው ወድጄ።

ምን ነካብኝ/ ልጄ?

በዓሉ ቀረብኝ/ ዘንድሮ ከደጄ።

አቶ በዓሉ ሞቶ

ቂም

በዕድሜ ላዋቂም/ ለወጣት ለዋሉት፤

ቂም አይደለም ጢም/ ተንዠርግጎ ያዩት

ዝርዝር፣ ግጥም(ጠ)/ ከፊት የተሳሉት።

ልብ አለላቸው(ጠ)/ የደበቀው ያጡት

እስኪጠኑ ባቅም/ ሲብላላ ላቆዩት።

አርፎ

ስለቸው መሰለን/ ጌታን መለመኑ

አርፎ ተቀመጠ/ አንድ ዕለተ-ቀኑ።

ለእኔ

ሀብትን ወድደው/ ያዩላቸው ያኔ

ፎቅ ይከምራሉ/ ባገኙት ኩነኔ።

ዳስ ይበቃኛል/ እኖርበት ከሰሌኔ

ዝናብ ከጠለለ/ ጸሐይን ከአይኔ።

እለው በበኩሌ

ያ ነው/ ገነት ለእኔ።

ተከበሩ

"ተከበሩ/ ሰው አይፈሩ"

ሞትንም/ እንደዚያ ደፈሩ።

እስኪቀብር/ በጉድጓድ አፈሩ

"አይ!" ን /በተንፈራፈሩ፤

በውድ አልጋ/ ፊትን እያዞሩ።

አባባል

ጊዜ አያውቁበት

ነገም፣ አባባል ነው/ ሲያሻ ለመጡበት።

ጉዞ

እንግዳ: አያደርሱኝም ምነው?

እንግዲያ...: ቤት ርቆ/ መንገድ የቆየው

እመድረሻው ድረስ/ ተሂዶ ይሸኝነው(ጠ)፤

የተሰናበት አይደል/ መልሶ ይታየው

ጉድጓድ የገባ እንጂ/ ሞት ቀድሞ ያገኘው።

መቀመጥ

ሁለት ሰዎች/ መቀመጥ ወደዱ።

አንዱ በስንፍና/ መድከም ከልማዱ፤

ሌላው መገደዱ

ቀዳዳ አለና(ጠ)/ ከጨርቅ ኋላ ወርዱ።

እገኛለሁ

በእብሪት ፉከራ/ በተከራከረ

"ሞቼ እገኛለሁ!"/ አፉ ደረደረ።

ጊዜ አለፈና/ እንደተመከረ

እብሪቱ ቀረና/ ከተግደረደረ፤

"ሞቼ እገኛለሁ"/ በትህትና፣ ጉድጓዱን ነገረ።

ባልተቀመጥ

ከዱካ ቀድሞ/ እግሩ፣ መሬት በረገጠ

ከጉልበቱ ታጥፎ/ ጀርባው ሳልለመጠ፤

በድን የደረቀም/ አኳኋኑን ለለወጠ

መጋደሙን/ ከመረጠ፤

አርፎ ባልተቀመጥ/ ስንቱ አሸሚጠጠ?

እጄን

“ባጎረስኩ/ እጄን ተነከስኩ”

“ወቸው ጉድ!”/ ምዕመናን ሲዋደቁ

ቄሱ ግን/ አንድ አልተደነቁ።

ሰንበት እየጠበቁ

ባስቆረቡም አሉና(ጠ)/ በጥርስ የፈለጉ።

ስንቃቸው

ሲያልፉ መንዳታቸው

በአህያ አይታለሉ(ላ)/ ጀርባ ቁልላቸው፤

በትከሻም ካነገቡት/ ሰፊ አገልግላቸው።

እዛ ያደርስ/ ይመለስም ከእግራቸው

በበቂ የሞሉት/ አፍ ወሬ ስንቃቸው።

ያረቀቀው

የሕይወት ውል/ ተንትኖ ተንትኖ

ሁሌም ያበቃል/ ሞት ተደግኖ።

ፈረሙትም ተዉት/ አንድ ነው ተጽኖ

መጋዞት(ጠ) አይቀርም/ ሥጋዎት ተጭኖ።

ጥለቱ

ተጠልፎ ተጣለ/ መስሎን ለእግር ዛቻ

ልብስንም አገኘን/ ለብሶት አንድ ሙትቻ፤

ልቡ የያዘው/ መጋለቡን ብቻ።

ካሉት

እጅ በነጠቀ/ ተከለበለብ አፉ

አህምሮው ካሰበ/ ከመጥፎና ጥፉ፤

ታሪክ ግን/ ሲጽፉ

ልብ ካሉት/ ልብ ነው ዘለፉ።

ለምደን

ለምድ ለምደን/ ጠብቦንም ሳይበቃን

እከኩም የሰይጣን፤

ሐር ቢያለብሱን/ ለከተው በመቃን

ማማረር ጀመርን/ ሳሳ እንደእርቃን።

ሲበሻሽቁ

"ልጅ ያቦካው ለእራት አይበቃም"/ እንዲባል

አላምርኽ አለኝ/ የአንተ ተግባር ደባል።

አባባል ሞልቶታል/ አማርኛው መች ያሳጣል?

ስለማርና አህያ/ ይሉትን ሰምተውታል?

ፈልጎ

የንትርክ ቤት/ አንዱንም አልተጸዳ

"ወልውል!" ፣ ውል ፈልጎ/ ግዱታ ላስረዳ።

አምና

ሸንኮሬ እያለ/ አታለላትና

እርሱን ይዛ/ አምና፤

ኩሬ ሲደርሱ/ ስለት አወጣና

ሸንቁሬ ቢላት/ እጁ ፈጠነና፤

የረጋው ውኃ/ ደሟን ተጠጣና።

ከነገፈ

ሰው ከነገፈ/ አባቱም እራሱ።

ውልብ ከጠፋ/ ለአንዱ ምላሱ

ያነቁት(ላ)/ ያድኑት ደረሱ፤

“እገሌ እሱ።”

ከጠየቀ በመፍዘዙ

“እገሌ እገሌ፣ የኛው እገሌ።”/ ዳግም አስታወሱ።

የጊዜው

የጊዜው ጌታ/ በእኔ ቀለደ።

ጥራት ብጠይቀው/ ልቤ ለፈረደ

ጥር አጥ/ ከወሬ ጎመደ፤

ከአልጋ አስተኛኝ/ እንዳልተለመደ።

አረፈና

ለሞት ባይሰጠው/ የራስ ይለው ሀገር

እዚህ አረፈና/ ስንቱን አደናገር?

የትውልድ ትምክህት

አባቴ መሐይም/ ኢያቴ አፈር ገላ
የወለድኩት ልጄ/ ጣት ይጠባ ጨቅላ።
እኔ የበረታኹ/ ብረት አይደል ተድላ?
ቀድመው ተከትለው/ የማይተርፉ ሸክላ።

አያውቀው

ጭርን ለወደደ/ ለብቻው ተቀምጦ
አሸና(ጠ) ጊዜውን/ ሀሳቡን አብልጦ፤
ጭራሽ(ጠ) ቢመጣበት/ አጠገቡ ረግጦ
ሰበብ አፋለገ/ ሊያሸሸው በጥብጦ።
አያውቀው ደነገር/ "ምነው ተገልብጦ?"
ደጉ በተናገር/ ሹል አፉን አሙጦ።

ቃል

የባለጌ አፍን/ "የእረኛ ቃል!" ንቀው
ቢያሸማቅቁት/ በግን የጠበቀው፤
ተኩላ ቢመጣ/ አፍሮ ባይናገረው
ያለሥጋ አመታት/ ሽሮ እንጀራ ጋግረው።

አለም

የኔአለም ብዬው/ ውዴን ያልታደለ፤

የዚሁ ምድኛ/ የራሱ እንዳይደለ

ወዴት/ አጋደለ(ላ)?

ከአሁን አሁን መጣ/ እንባ በከለለ

ይንሰፈሰፍ አይኔ/ በጥላው ታለለ።

ገዳዮቹ

ተኩሶ: ጠቅላይ ሚኒስትሩ/ የትኛው ናቸው?

ቀልዶ: ይለዩሀል(ጠ)/ በአኳኋናቸው።

 መሐል የሚታዩት/ ከነወገባቸው

 ሳያጎነብሱ/ ቀጥ መቆማቸው፤

 ካፎነደዱት/ ዙርያ ዘቦቻቸው።

ዘቦቻቸው

በልዩ ስልጠና/ አደገኞች ናቸው

ውጪ ሀገርም ሄደው/ በመመለሳቸው።

አሁን ተለውጦ/ አቋቋማቸው

ማጎንበስ ይዘዋል/ ለተኩስ ይመቻቸው።

ጠቅላይ ሚኒስትሩን/ እንኳ ከበኳቸው

ያለም(ጠ) ከፈለገ/ ቀጥ ለብቻቸው

ዙርያ ተዘቅዝቀው/ መሀል መታያቸው።

አንድም

ሚልዩን ጠሩት/ ወልደው ቀልደኞች

አንድም ሰው ሳልሆነ/ ከመጥፎ ጓደኞች።

ግራ ቀኝ መሐሉ

ሌባ/ ሌባን ሰረቀ

ይዳኛቸው/ ጉቦ ጠየቀ።

ወንጀል

ከባድ ወንጀል/ ፈጽመሐል!

ኧረ/ ነበር ቀላል!

ሸጉጤን አውጥቼ/ በቃ፣ አጠጣሁት መሐል።

ትዕዛዛት

ማመንዘር ከልክሎ/ ከአስርቱ ቢያበቃ

መንዛዛት እንዳይሆን/ የበላ ጠበቃ፤

ሌብነት አመጡ/ ቀንም በጨረቃ

መመንዘር ይዘው/ ገንዘብ ከውጪ ጋ።

በጠበጡ

ተማሪዎች/ በጠበጡ!

ሰካራም አስታውሷቸው/ እግር ሳያሮጡ

ጌሾ እንዲከቱበት/ ጠጅን ኋላ ጠጡ።

ማር

ይሄንን ሀገር/ ስካር እንደገዛ

ከዳር እስከዳር/ መበጥበጡ በዛ።

እስጥ አገባ

የቋንቋ ጥናት/ እስጥ አገባ

ከራስ ይጀምራል/ አፍ ከቃል ሲገባ።

ሰው ይማርና/ መዛግብት ከዋጋ

ኋላ ያስቀራቸዋል/ አውቆ እየዘነጋ።

ተነስቶ ማለዳ/ በጀንበር ሲያወጋ

እንጥልጥል ብሎ/ ከደጉም ከፉ ጋ፤

በአወላዋይ ንግግር/ እንጀራ እንዳይዘጋ።

ሰብሮ

ሸንኮራ ብሰፍር/ መረረኝ በዕለቱ

የሸዋ ቀልደኛ/ ሰብሮ ከሁለቱ፤

  አንድ፣ ከተክል አንጓ/ ሳልደርስ በጠዋቱ

  ቁርሸም/ አልቀምስ መጣፈጡ።

  ሌላው/ ሳልመሸ፣ ከቅስሜ ዘንጉ

  ሞጥሟጣ በዛና/ በየማዕረጉ፤

መልካምን ጠብቄ/ ያለቅንጣት ደጉ።

ሸንኮራ - ከአዲስ አበባ በስተምስራቅ ያለ ወረዳ

ብሔራዊ

ሁለተኛ ቋንቋ/ ይኑር ተነገረ!

አብዛኛው ሀገሬ/ ፊደል ሳልቆጠረ

ያውቅ አንዱን ቋንቋ/ እየተ.ቃጠረ፤

ማንበብ መፃፍ/ ሳል የተቸገረ

ቢጨመር ሌላ/ አልተደናገረ?

በምሳሌ/ ለተነጋገረ፤

ፈረስ ቢገኝ/ መንገድ ላሻገረ

ከኋላ ጋሪ/ ጭነት የከመረ፤

ግና አሳሪው/ አያውቅ የጠፈረ

ይገታ ገመድ/ ይሳብ(ጠ) ከከረረ

ይላላው ከጠብቆ/ እጅግ ተመናቅረ፤

ቢጨመር በቅሎ/ ማንን አሰገረ?

ይሄኛው ተጓዥ/ ቆሞ በእዛው አልቀረ?

ላገለሉት

ቢያዝን ላገለሉት/ እግዜር ደጉ

ሞጀሌ ላከ/ ከሀገረ-ጥጉ፤

እግር ተቆረጠ/ እጆችም አለቁ።

ሠፈር ተሰብስበው/ ሕፃናት፣ ያደጉ፤

ቤተሰብ/ እንዲያ ስላወቁ

የዘመን ቁምጥና/ ገላልጠው እንዳይነቁ።

መሸጥ

ሚስጥር ካቀበለ/ በጦርም ከቆመው

መከዳትን አውቀን/ ባንዳንም ጠልተነው፤

ግራ ገባን/ ሀይ እናስጥለው

ደረሰኝ ይዟል/ በግምትም ካለው(ጠ)፤

ለሀገር መሸጥ/ ቦንድ ግዢ ቻለው።

አይታረምም

ያስተማረው: "ጠባይ" እንጂ/ "ጸባይ" አይባልም

ጸያፍ አማርኛ/ ይቅር አይለመድም!

ያልተማረው: መልካም፣ አደምጣለኹ/ እርስዎ ካሉትም

ጠያፍ እነግራለኹ/ እዚኽ ለሌሉትም።

ሱስ እንዳይዝኽ

ለሺሻ መፍትሔ/ ለምክርና "ተው!"

"ሽሻ/ እግርኽ እስከሮጠው!"

ይሉኝታ

ያዘነ አይኑን/ ምስኪን አማላይ

ተርቧልና/ ይበላውን ሳላይ፤

አያስገቡት/ ጥሪ ባልያዘ ከልካይ።

መንጋ እየጣለ/ አስመጥቶ፣ ከታችም ከበላይ

መጠጡን ሲራጭ/ እንደጢስ አባይ፤

የሀገር ማፈሪያ/ ይሉኝታ ቢስ ቀላይ

ደገስ ትላንትና/ አዲስ አበባ ላይ።

መዋደድ

ጥይት/ ካልነሰነሱ

የፈንጂ/ ምላጭ ካልመለሱ፤

የጦረኛ ሀገር/ ስሜተ-ትኩሱ

ካልገደሉም/ ፍቅር ለመግለጹ።

ከእንጦጦ

መንኮራኩር/ ተወነጨፈ።

ሲሄድ/ በተክለፈለፈ

አጉል ተንጋድሎ/ ምላስ ተቆለፈ፤

“ጨረቃ ሲጠበቅ/ ሄዶና ላረፈ

መርካቶ እንዳይገባ/ ናፍቆት ላላለፈ!”

አትቸገር

ዘንድሮ/ ትመጣ

አትቸገር/ አንት የሰማይ ጌታ።

ጊዜኸን ወስደኸ/ ሲመችኸ ለአፍታ

ብቅ በል ከገነት/ ስራ እንደተፈታ።

ከኛ ዘንድ/ አልፏልና ጣጣ

አብይ ደርሶልናል/ ይሰጠንም ፋታ።

ይሆናል

አለም/ ይሆናል የረጋ

እዛም ባንጠጋ፤

ይርጋአለም እንጂ/ ብጥብጥ ያነጋ።

ይርጋ አለም - ከአዋሳ አልፎ ያለ መንደር

አርባ ጉጉ

እንዴት ቢያንቀላፉ/ ደንታ ሳይሰጣቸው

ድብርት በተያዙ/ ልብም ከፊታቸው፤

ከአንድ መንደር ሙሉ/ መአት ጋጋታቸው

አርባ ብቻ ጉጉ/ ኖሩ ማኸላቸው?

አርባ ጉጉ - ከአዲስ አበባ በስተምስራቅ ያለ ቦታ

ቋንቋ

ቢያንስ ባቢሎኖች/ በቀደም ስራቸው

ቋንቋ ሲወናበድ/ ግንብ ነበራቸው።

የኛን የዋኃን/ ምን እንበላቸው፤

ባዶ ተዘርግቶ/ ለጥ ያለ ሜዳቸው

ምላስ ሲተበተብ/ ሳይታለፍ ደጃቸው?

ዘመናይ

ዘመናይ ሲበዛ/ ሄዶም ተመልሶ

ጥበቡን/ አድሶ፤

ሲነሳ/ አጎንብሶ

እየሱስን ይሰቅላል/ ከጫማ አልብሶ።

ቅድሚያን

የቋንቋ ቅይጡ/ ወደር ሳላገኘ

አማርኛ፣እንግሊዘኛ/ ሌላም በተመኘ፤

አዲሱ ባቢሎን/ ምድራችን ተቀኘ።

ግና ስንፍናችን/ ቅድሚያን ባዘገየ፤

አፍ ከተበላሸ/ መግባባት ሳልቆየ

ሰማይ ጠቀስ ሕንፃው/ ንድፉ ትላንት ታየ።

ሻሻ

የኛ ሰው/ ሐበሻ፤

ሄደና/ መሸሻ

ከሀገሩ/ ጥቀርሻ፤

ሲያነሳ/ የሌላ ቆሻሻ

በዛው ቀረ/ ያሳዝን ማበሻ።

ችግር

“ለችግር የጣፈው/ ቢነግድ አይተርፈው”

አየ፣ መረመረ/ ብዙ ከጎደለው

አወጣ አወረደ/ እንዴትስ ተሻለው፤

ችግር ፈጠረ/ እንጀራ በያዘው

ስራ ለውጦ/ አሁን ቀማኛ ነው።

ሆዱን ባያብሱት/ ባልሆነ ቆስቁሰው

ብድርና ዕዳ/ ለትርፋቸው አድርሰው፤

ገንዘብ በተረፈ/ ኪስን ሳልዳበሰው

አዲስም ይለብሱ/ ተጣፍ፣ ውራጅ ከሰው።

ከልኩ

አማርኛ በቃሉ/ በቂ ሳልታገዘ

በመጤ አቡከቶ/ ጆሮን ለመረዘ፤

ይቆጠርና(ላ)/ ጤናን በዘበዘ

ትዕዛዝ ይነገር/ ቅጣት ለተጋዘ።

“ወዴት?”/ አይታከት፣ ከነዘነዘ

አሣሪ በፈንታው/ ፍቃድ ለመለሰ፤

“ቤተ-ሞቅሕ”/ ደርሶ ለጨረሰ። *

ለዘመናይ እንጂ/ በጥንት ለደነዘ

ልቡ ትሆንና/ “ምን? ማን?” እንጥልጥል ፈረሰ፤

ቅስምና መንፈሱ/ እደጁ ተከዘ።

የራሱን ሳላወቅ/ ሰው ተልከሰከሰ

ይበዛበት እንጂ/ ከልኩ ባነሰ።

*ቤተ-ሞቅሕ - (ግዕዝ) እሥር ቤት

ይወደዳል

ሰላም ይወደዳል/ ተዘረጋ እጁን።

ቢያረከሱት በቀላል/ አልተገኘም ደጁን?

ችቦ

ጭቦኛ/ ችቦኛ *

እንቅልፉን/ ሳልተኛ፤

አንቅቶ/ ጓደኛ

ቤት አቃጠል/ የኛ፤

ጠፉም/ ከመገኛ።

ባይያዝም/ ሳሳደድ ቂመኛ

እንደልቡም ሄዶ/ የኃጢያት እስረኛ።

*ጭቦኛ - ተንኮለኛ

ይታማል

የምስኪኑ ጌታ/ እራስ ሳልከለከል

ከተትረፈረፈ/ ትህትና በቀር፤

የሰማይ ሕንፃ/ ገነት ሰባት ወለል።

የምድር ሰው ፍጡር/ ፍላጎቱ የተድበለበል

እውነቱን ይታማል/ ፎቅ ተሰቀል ደንበል?

ደንበል - አዲስ አበባ ያለ ባለአስራ ሁለት ፎቅ የገበያ ማዕከል

ገደል ግቡ

ጽሑፉ አይጥምም/ እንዲኽ ተወላግዶ!

አይኖትን ወስዶ

ማን አስገደድዎ?

እጆስ ቢጥል/ ገድዎ

አለማንበብ/ አሁን ደግሞ ከብዶ?

የወጣው

ከእስር ቤት ካመለጥ/ ወጣቱ ወስላታ፤

ገና/ ከበር እንደወጣ

ዘበኛ አይልኩም/ ሄዶ እንዲያመጣ።

ይታገሳሉ/ ለራቀ ከቦታ

ልቡ/ ተስፋ እንዲመታ።

ለአንደኛው ምዕራፍ/ ደስታው እንደተፈታ፤

ለሁለተኛው/ ከህልሙ ይምታታ

ፍቅረኛውን አግብቶ/ ልጅችም ሳያጣ።

ለሦስተኛው/ ከዳገቱ ተርታ

የልጅ ልጅ ወልዶ/ ለዛውም መንታ።

አቋራጭ ወስደው/ ሲያገኙት ከርታታ

እጅ ከፍንጅ/ እግሩም ብረት ገብታ፤

ቅስሙ ይሰበራል/ መንፈሱም ይረታ(ጠ)

እንደወደቅ ከገደል/ የወጣው ያለደንታ።

አለማመን

አካለ-ጎዶሎ/ ድምጹም ታጉሎ

ጎዳና ተጥሎ

ቢለምን ቀጥሎ፤

አገዙት በቶሎ

አይተውት አይተዉት/ ሕይወት ተንጠልጥሎ።

ሲገባ

ማባረር ሲገባ(ጠ)/ ሀገር ተሸመድምዶ

ለሚታረስ መሬት/ ለከብትም ተወስዶ፤

አያውቅበት ወንበዴ/ ከዋሻው ወርዶ፤

ሰው ማቆየት/ መርዶ

መታገትም መጣ/ እጎንደር ተኪዶ።

ብሶተ-ተዋናይ

ተምሳሌት ይቅርብኝ/ ተግባር የማደንቀው

ይሄን ስራ፣ ፃፈ/ በቅናት የማልቀው።

ቅጥር ያፋልገኝ/ ከሰማኹ ከራቀው

ወኪል ቢልክልኝ/ ገንዘብ ነበር አውቀው።

መቋቋም

ኮሚቴውስ/ ቆየ ተቋቋምነ።

እኛ እንጂ ያለቤት/ ሳንኖርም ድንኳነ

ወድቀን ተጥለን/ መንገድ ሰመመነ፤

ያግዘን ጠፍቶ/ ሜዳ ተሰብረነ

አሁንም ድሃ/ ድጋፍ የሌለነ።

ካልተቻለ

ሌብነት/ ይቅር ካልተቻለ

ለብነት ለመኑ/ ከአሁኑ ከጋለ።

ቀማኛ ስሜቱን/ ትዕግስት ባስቻለ

ግማሽ ድረስ ዘርፎ/ ቀሪውን ለጣለ።

የከተማ

እኚኽ/ የከተማ ሰዎች

እንዴት ቢያምኑ/ በሥላሴዎች?

ቤት ሲንኳኳ/ በሕዝብ ቆጣሪዎች

በየተራ ወጡ/ አንድም ሦስትም ልጆች።

ፍለጋ

ለግሞ(ጠ)/ አይቶ አይዘጋ

ለሥራው/ አልጋ፤

ጉቦ/ ፍለጋ።

ጊዜው ያልፍና/ ሥልጣኑ ሳይረጋ

ያመልጣል/ ሳይነጋ።

ዳኛም/ በሠፈረው ዋጋ፤

"ዱካው ከቀረበ/ ከራቀም እዛጋ

ሰው ላኩ/ ፍንጅና ፍለጋ።"

ተዛምቶ

ለአለም መጨረሻ/ አዲሱ ሰበብ፤

ባልፈቀደው ቦታ/ ሰው በተሰበሰብ

እንደለገጣፎ/ ተዛምቶ ግብረገብ

ይንዳል ያፈርሳል/ ከዝጉም ከገርበብ።

ደላላ

“መሬቴ! መሬቴ!”/ አትበል አንት ገበሬ

ምን ሰራልኽ/ ብቻ እንጂ ለወሬ?

ጎጆ አላስቀረኽም/ ወትሮ እስከዛሬ?

ለሚጠጣ ውኀ/ ስትወርድ ኩሬ

ስትል ለብርሃን/ ኩራዝ ጋዝ ጨምሬ፤

መኾታና ጓዳ/ ባንድ ተዟዙሬ

ብርድም/ ተማርሬ።

ሽጥና በተመን/ ውሰድ ከብሬ

በከተማ ፎቅ/ አይሻል፣ “እዛ ኖሬ…”?

ማረፊያ

አየር ማረፊያ/ መቆያ መሰለን።

ሻንጣ ይዘን/ ሰልፍ ተኮልኩለን

ቀረ አሉን/ በረራ የለን።

የብረት ንስርም/ ከሰው ያልተለየን

ቀበሩት መሰለን/ ከተገላገለን።

ደረጃው

አንድ ፎቅ/ አንጋድደው አቁመው

ሰው ላኩ/ አቅጣጫ ጠቁመው፤

“ታዩታላችሁ/ ማዶ እንኳ ቁመው።

ግር ካሎት/ ይጠይቁ ደግመው፤

‘ሰማይ ጠቀሱን ሕንፃ/ ይመሩኝ ቀድመው?’

ሠፈሩ ያውቀዋል/ ከተማውም እንደው።”

ጥሪ

የሀገር ጥሪ/ እንደስልክ ተይዞ፤

“ወጥቷል፣ ሄዷል/ ሽርሽር ጉዞ

ቤተሰቡን ይዞ።

ጊዜ ካልሆን/ አንሶ

መልዕክት ቢተዉ/ ይመልሳል ደርሶ።”

ተከሰከሰ

አየር መስሎን/ በክንፉ ተገዛ

ንስር አየን/ ወድቆ አይነሳ።

ቢወደድ

ቅቤ ይቅርሳ።

ዘይት ቢወደድ/ ከሸቀጥ አስቤዛ

ለሰም እንኳን/ ዋጋው ቢበዛ፤

ደብረ-ዘይት ተረስቶ/ ቢሾፍቱ ተገዛ።

ተትረፍርፎ

ችግር/ ሁሉን ዘርፎ

ዘይት ቢጠፋ/ **ደብር** ተንጠፍጥፎ፤

ሽሮ/ ውኃ ተትረፍርፎ

ገበታ ይታያል/ **ቢሾፍቱ** ታልፎ።

አካሄዱ

እንጃ እግሩን/ ከየት እንዳመጣ

ከኛ ዘንድ/ ጀመር በረገጣ።

ሳይቆይም በዳዴ/ ከቆምንበት ቦታ

ኃይልና ጉልበት/ ከሙብት እንደወጣ።

ለመምሰል

ግራ ተጋቡ/ ገጠሬዎቹ

መጡና ከመንደር/ ከተማ ሰዎቹ።

ለብሰው/ እንደአፈሮቹ

ሲነጋገሩ/ በጨዋ ቃሎቹ፤

እነርሱን ለመምሰል/ ምስል ቀራጮቹ።

ዝንብ እንኳን ማባረር/ ቸግሮ ፊቶቹ

ይረዳ(ላ) ሳስፈለግ/ ባልበቁ እጆቹ።

ማረፉ

ሙብረሩን ችሎበት/ ማረፉ ከበደው

ተከስከሶ/ እሳት የነደደው፤

ንስር ካዲስ አባ/ ናይሮቢ የሄደው።

በከፍተኛ ደረጃ

ዕውቀት ካልገበዩ፤

ከመዋዕለ-ሕፃናት/ ታልፎና ትይዩ

መዋዕለ-ወጣቶች/ ወልደው አንድ አቆዩ።

ያላለለት

ገጠር ያላለለት/ መንደር የኮሰሰው

በአደጋ ይጠራል(ጠ)/ ስንት፣ ደም ፈሰሰው።

ታጋዩ

ለምዶ/ ከፎቅ ግንቡ

ጫካ መስሎት/ ከተሜ ደደቡ፤

ጢሻ ገባ/ ሰርቆ ከገንዘቡ።

እናም ተቃውሞ/ ለሙብትና ሰቡ።

ለለውጥ

አመለኛ ታጋይ/ አላማ አጥቶ፣ ተንከራተተ

ከሕይወት እንደተሻል/ ለለውጥ ብሎ ሞተ።

የስራ

የስራ ፈጣሪ/ ቀጥሮ በታደገ

ታላቅ/ ተደረገ።

የትላንቱ ሳይቆይ/ ዛሬ እንኳን፣ ከነገ

"ፈጣሪ..." ቢሏቸው/ ልባቸው አደገ፤

"በምን ዘርፍ?"/ ሰማይ ተፈለገ።

የአንዳንዱ

የአንዳንዱ ዘመቻ/ ሴት ባሳደደ

ዝሙቻ ቢሉት/ እውነት አልፈረደ?

በከንቱ

ሀገሩን አያውቅ/ እንዴት ይደንቃል?

ጉልበትና ጊዜው/ በከንቱ ያልቃል።

ውኃ ፈልጎ/ ይጠጣው ይፈልቃል

አፋር ገብቶ/ አባይ ይጠብቃል።

እንዳነሰ

አፈር እንዳነሰ/ የጎጆዬ ደጁ

ከሸዋ ባወጁ፤

ስንቅ አዘጋጁ(ጠ)

ሄጄ ልሞት/ በጁ።

ለሚ

መታመም ቢበዛ

ከዚህ/ እስከ ገፈርሳ፤

አታክልት ይመስል/ መደብን ይገዛ

ለማ ደግሞ አሉ/ የደዌ ነቀርሳ።

አዲስ አበባዎች በለማ መገርሳ ተበሳጭተው ያሉት

በስተመጨረሻ

ወንጀሉ ሲያበቃ/ ከዘመን ተቆጥሮ

ለሰው ሞት/ በደልና እሮሮ፤

በአዲስ ነገራቸው/ ሐቅን ለመርምሮ

የቁርጥ ፍርድ/ የጌታ እንኳን ዞሮ፤

ፍትሕ አፈላላጊ/ ኮሚቴ ተዋቅሮ

ብጹኽ ሲመሰከር/ ቅዱሱም ተናግሮ።

ተነስቶ

የደንበኞች አገልግሎት/ በየመስኩ ተጧጧፈ

ከምድር ተነስቶ/ ሰማይም ታቀፈ።

ጸሎት እንኳን/ ከምዕመናን አፈ

አስተያየት ተብሎ/ ተነግሮ ተጻፈ፤

አንዱም/ አልታለፈ።

"በተግባር አዋሉት?"/ ለተጎናጸፈ፤

ያ/ ሌላ ደጅ አለፈ።

ትዕግስት ይኑረን/ ከጊዜ ያልከነፈ።

ያነሳሉ

አንድ እጅ ያነሳሉ/ ለቃለ-መሐላ

ሌላኛው ከንዳቸው/ ዞሯልና ኋላ፤

እንጃ/ ምን ቅበላ።

አላስፈላጊ

ግድብ የሚሰራው/ አይደለም፣ ውኃ ለመከልከል

እንጂ በኃይሉ/ ሰው እንዲገለገል፤

ለሙብራት፣ ለመስኖ/ ይጠጣም ከሰከን።

የአባዜ ሀገር/ ሁሉን መቆጣጠር

አፈር አሸከመው/ እንጨት ዋልታ ማገር፤

ፏፏቴ ደፈኑ/ ወንዙ አይሻገር

"ወረድ ብሎ ይሻላል።"/ አብረው በመማከር።

አመቱም

የሕዳሴ ግድብ/ ይመስል የስለት ልጅ

በስምንት አመቱም/ የአንዱን ብቻ እጅ።

የተጋጨው

ሙት ያለው/ መኪና ይገድለው

ሞተር ያላነሳ/ እዛው የቆመ ነው።

ሲሮጥ ነበር/ ያላተመው

አይኑ ዞሮ/ እያየ ካይጠቅመው።

በራቸው

አልታጠቁ ይከለከሏቸው

ተመላለሱ ከየድንበራቸው።

ኋላ ቢወርሯቸው

ከዛ ደግሞ ያዙ/ ከድንብራቸው።

ምናዊ

ጋሎች ማለት/ ኦሮሞ ባስቆጣ

አጉል ተቆጥበው/ ነገር እንዳይመጣ፤

“ምናዊ ናችሁ?”/ ጥያቄ ካወጣ

የፊንፊኔው ጌታ፤

ሀገሩ/ ሌላ ቦታ እንዳጣ

ፖርቹ**ጋሎች** ሁሉ/ ከሊዝበን (Lisbon) ቀጥታ።

አልበዛም?

ቢያንስ ባቢሎኖች/ ስምምነት ማጣታቸው

እገነት ሊደርሱ/ ፎቅ በመስቀላቸው።

አልበዛም እንዴ/ ሥላሴዎች፣ ምን ማለታቸው?

አበሾቹን/ እስቲ እይዋቸው።

ለጥ ባለ ሜዳ/ ጎጆ ዳስ ቤታቸው

ቢነሳ(ጠ) ቢነሳ(ጠ)/ ቆጥ ሰማያቸው።

በጎሳ እቶን/ በደንብ ለብልቧቸው

መግባባት ተስኗቸው፤

እየተናነቁ/ ገደል መግባታቸው።

ቢሆን

ረሃብ/ እንዴት ቢሆን ከፋው

ቡዳ እንኳን/ ይበላ የጠፋው?

በለጠ

ጊዜ/ ሮጠ ሮጠ

ሁሉን አመለጠ፤

እጅጉን ቀለጠ።

ጌታም ተቸግሮ/ እርሱን ላስቀመጠ

ሲጠብቅ ሲጠብቅ/ ዘላለም በለጠ።

መፈክር

ባልተገኘ በሰል/ አፍ እየከፈቱ

በሰልፍ አሬራ/ ስንቶቹ ተጋቱ?

ጉድ

የዘንድሮ ጉድ/ ከስንቱ ተናገድ?

ለማኙ ቢጠጋ/ ከአስፋልቱ መንገድ

የቆመ መኪና/ ሳንቲሙን ሊማለድ፤

ሽጉጥ መዘዘና/ ለነብሱ ተገደድ

መታና ዘረፈው/ ፌስታሉንም ወሰድ።

እየነዳም ሄደ/ ፍጥነትን በወደድ

ጥሩንባም በነፋ/ በስሜቱ ቀለድ።

ጠንክሮ

ሕብረት/ ጠንክሮ እንደብረት፤

አብሮ ለቆፈረ/ ምቹ መልካምነት

በጥል ከተማታ/ አጥንት አልቀረለት።

ሲበዛ

ቃል ኪዳን ተጋቡ/ ሐቅን ለመመስከር።

ግና ረስተው/ ከመነጋገር፤

አፈኛ ሳሉ/ የኖሩበት ሀገር

ጆሮዋቸው/ ተቸገር፤

ከዳን ሳይበጅለት/ ሁሉ ግባ ነገር።

መልዕክተኛ

በወሬ በወሬ/ አንስተን አድቅቀን

የቁራ መልዕክተኛ/ አይመለስ አውቀን

በጨዋታ/ ስቀንም ተሳልቀን፤

ጓዳችንን ሰደድን/ ሥጋ አምጣ ልከን

ለምሳ/ እንጠብሰው ፈልገን።

ቀረ/ ጠብቀን፣ ጠብቀን

የቁራም ነገር/ እንዲያው አስደነቀን።

ያነቡት

ወላጁ አድሮብን/ ሳያውቀን ምቀኛ

አምባቸውን ወልዶ/ ተሹሞብን በእኛ፤

የሀዘን/ ምንደኛ

አለቀስን ከብዶን/ አቀበቱ ቀጥተኛ።

አበላላቸው

ቱቦ ተዘጋ/ ፍሳሽ ተቀላቅሎ

እጅጉን አዘነን/ ለሕዝቡ ተጋድሎ።

እንዴት ቸግሮት/ ቢበላ ተቻኩሎ

አሸዋ ያማጠ/ ጠጠርም ቀጥሎ?

ለሙግቱ

ከተከፈሉ አይቀር/ እንደቋራው ካሳ

ከትውልድ ትውልድም/ ያንስ የለው ሲበዛ።

አሕመድ

ሁሉን/ ያፈረሰ

ጦረኛው ግራኝ/ በሞት አለቀሰ፤

ቀኙም/ በእንባ ረዘረዘ።

ዘመን ተከለሰ

ሌላኛው አሕመድ፣ ዓብይ/ ኢትዮጵያን መለሰ።

ሐሳብ

ጭንቀት ይትረፈረፍ/ ትካዜ ዓመታት

አስቀድሞ እንዳወቅ/ ከአበውም አባት

የሕይወትን ሞገድ/ ወሰን ድንበር ማጣት፤

ግዕዛችን ሰጠን/ የለካው በቀናት

ባሕረ-ሐሳብ/ እንቆጥር ከዘመናት።

ቅዱስ

በሲያል ግዛቱ/ በሰው ምድር ቀና

የወረር ሲመጣ/ ያሳልፋልና።

እንዴት በቀለለው/ የከዳ ቢጠና

ገነተ-ጽጌ/ በእግዚአብሔር ጎዳና?

ከበሮ ይዞ/ እልል በደመና

ቅዱስ ጉግሳ/ ይደልቃልና።

ጉግሳ - ኃይለሥላሴ ጉግስ፣ በጣልያን ጦርነት ጊዜ ሀገር የከዳ ደጅአዝማች

ኃይለ

ሥላሴ የሰማዩም/ ኧረ ምነው ከዳን?

ብንለምን፣ ብንለምን/ ከጸሎት አይሰማን

አሳልፎ ሰጠን/ ለተንኮለ-የሰይጣን።

ያባት ስም አለኽ ወይ/ አንተ ማዶ ሥልጣን?

ጉግሳ እንዳትለን/ እርማችን ይወጣን።

ጉግሳ - ኃይለሥላሴ ጉግሳ፣ በጣልያን ጦርነት ጊዜ ሀገር የከዳ ደጅአዝማች

የበዛበት

ከጂ/ የበዛበት ሀገር

ልጅ ሁሉ ጉግሳ/ ዳግማዊም ሳይቀር።

ተሰረዘና

ትላንት ቢነግሡ/ ካባ አደረጉና፤

ታሪካቸው ተፃፈ/ ያምር እንደገና

ምስኪን ምስኪኑ/ ተሰረዘና።

ሥጋ እንደለበሱ/ ሰማይ ወረዱና

ጥብቆ፣ ደበሎ/ አይተው አያውቁና።

እንደፈለግ

እግዜርም/ እንደፈለግ ጸሐይ

ጣይቱን ወሰደ/ ኑሮ ብሎ ቀጣይ።

እንደከፈል

አለምን/ ሁለት እንደከፈል በታች

ማዶ/ ለአይን አይማች፤

ጀንበር ስንጠብቅ/ ከጠለቀች ወጣች

ከዚህ ቀረች/ እዛን እንዳበራች፤

ጣይቱ ሄዳ/ ዛሬ እንኳ አልመጣች።

ጥጋበ-ጌቶች

ጠጉር ተገኘበት/ ያቀረቡት ሾርባ

ግብር ሳለ/ ሺው የገባ።

“እንዴት ከበደ/ ሻሿን ለሸርባ?

ቢላጯትስ/ ያድጋል፣ ክረምቱ ሳይገባ።”

ጨዋታ

ቃጤ/ ከዐጤ፤

ወርውረውም/ ከመሳቴ(ጠ)

በከንድ ካለፈውም/ “ነከተው ነበር ጣቴ።”

እስር

ግዞት አይደለ/ ሳይገደዱ ሄደው

ቁም እስር አይሉት/ ጥበቃ የሌለው

ብረት ሳልገባ/ የፊጥኝ ካዞረው፤

መኳንንት ማዕረግ/ ካባ አስደርበው

ከተማ ሰሰፉ/ ሀገር ሳልገደበው

ግቢ አዋሏቸው/ አይሄዱ ርቀው፤

አይቀሩ በረንዳ/ ደጅ ጥናት ተፈልገው።

ጥናት

አያድግ ሀገር/ ብልጽግናው ይርቃል
ቋንቋውም/ በእርሱ ያስታውቃል።
ሥነ-ጥበብ ሳለ/ ተፈጥሮ ያራቅቃል
ደጅም ጥናት ሆኖ/ በአመት ያስመርቃል፤
ያስቀጥር ደሞዙ/ ሌላውን ያስንቃል።
ተቀምጦ ከመንበር/ ባይሰራ ይደነቃል?
የተሻለ/ ያውቃል?
ለወሬ/ ይጨነቃል
እጅ ይነሱትን/ ማልዶ ይጠብቃል
ይሸልመው/ ያሳብቃል፤
ሀሳብ፣ ጊዜና ገንዘቡ/ በወከባ ያልቃል።

አድዋ

ኪዳነ-ምሕረትን/ አያውቁት ፈለጉ
ሀገሬን/ ጠየቁ።
መለሰም/ በደጉ
"ማዶ አለፈና/ ከኮረብታው ጥጉ።"
ባላቸውም(ላ) መንገድ/ ይደርሱን መጠቁ።
ከኋላ የመጡት/ ተማምነው አልዘነጉ
ከማናገር/ በታደጉ፤
የድንኳንን ሸራ/ ባሻቸው ዘረጉ።
"የት አሉ? የት አሉ?"/ እርስ በርስን ጓጉ።

ደጋግመው ቢተያዩ/ ድል ከተደረጉ።

አብረው(ጠ) ይገጥሙት/ ተስሎ በሃይማኖተ-ሕጉ

ለካስ(ጠ) ተማልዶ/ ያሸንፍ በወጉ፤

ወደእርሱ መጡለት/ መስሏቸው ያሰጉ(ጠ)።

ግና ባልተለየ/ ለእርድ ካሉት በጉ

በልቦና ስስት/ አይኑ መተለቁ፤

ደርሶ፣ ወቅለምት ይልስ/ ሳሸተት ትናጉ።

ኪዳንን ገብቶ/ ጌታው ሰታደለ

ምሕረት በእጁ/ ዕጣው በቀለለ።

ያለቦታው መጤ/ ወድቆ ደበለለ

ባልተማጸን አፉ/ ፈንታው ጠቀለለ፤

ኪዳነ-ቅጣትን/ ወዲያው ተቀበለ።

ይስጥልን

"ጤና ይስጥልን።" /ማንን ይከብደዋል?

ንጉሡም/ ብለዋል።

ጠና ይስጥልን እንጂ/ ደጅ ከልክለዋል።

ያሰፉ

ምኒልክ መስለውን/ ዳር ድንበር ያሰፉ

ወንዝ/ እያለፉ፤

ኃይለሥላሴ/ አስቆሙን ከአፉ።

መርከብ ተሳፍረው/ ጥሩንባ እያስነፉ

በባህር/ ከነፉ፤

እንግሊዝ ግዛት/ መንበር አሳረፉ!

ክፍለ-ሀገር

የት መንደር ነበርኩኝ/ ይሄንን ያልሰማኹ?

በሬ በሬዬን ስል/ ሌላ ላላቅማማኹ

ነገሩኝ/ ከማማው።

ዐጤ ሄደዋል/ በፈረስ ከጀርባው

በባቡር/ ከጀልባው፤

እንግልጣር ክፍለ-ሀገር/ ሰዉ ከተጫማው።

እንግልጣር - እንግሊዝ

ጊዜው

በመንበር/ ተረግዞ

በምጥ/ ተለውሶ

ሦስት ወር/ አልቅሶ፤

ሐር ተወና/ ለመገንዝ ለብሶ

ቴዎድሮስ ቀዳማይ/ ብቻ አመት ነግሦ።

ብሶተ-ዐጤ

ራስ በራስ ማስተዳደር/ ከድሮ እንደጠፋ

አዲሱ ትውልድ/ አጓጉል ለፋ።

እኛ ስንሾም(ላ)/ በግቢ ልፈፋ

ራስ ቢትወደድ/ ሥልጣኑ የገፋ፤

ራስ በላይ አልነበር/ ለደጉም ለከፋ?

ብሶተ-አርበኞች

ወልድን በሰቀሉ/ አብ እንደመጣ

ጣልያንን ከልክለን/ እንግሊዝ አልታጣ።

ብሶት-ሀገሬው

ተገድደው መስሎን፣ ያኔ/ ውጪ ሀገር ስደት

ስንብተው/ ከተመለሱበት፤

እንዳቃታቸው/ ረግቶ መቀመጥ፤

ንስር ተሳፍረው/ ደግመው ወረዱበት

በጋና/ አንድ አልፎ ክረምት።

ለካስ ወድደውት/ ንፋት ያገኙበት

እኛ ሳለን እዚህ/ ተጨናብሰን ኩበት።

ተቆልቶ እንኳ እህል/ በቃጤ፣ ሰፍሮ በዋለበት

በዐጤ አየን ብትን/ ደጅ በያለበት።

እንደይደግፍ

ሕዝቡ እንደይደግፍ/ ላመጽ ቅስቀሳቸው

ሳይቆይ ተይዘው/ ቀኑ አለቀባቸው።

በማግስቱ/ ማ ቆመ አብሯቸው?

ማገር እንጂ ማገር/ የተሸከማቸው

ገመድ በጠለቀ/ ከአንገት በላያቸው።

ቴዎድሮስ

የዐጤን ሹሩባ/ እሺ፣ ፈረንጅ አስመለስን

ጀግና ልባቸውን/ ለማን አወረስን?

ግርማ**ዊ**ነታቸው

በመግደል ካለቀ/ ተማርከውላቸው፤

መኳንንት/ ደጃቸው

መንግስቱ/ በእጃቸው፤

ማን/ አለባቸው(ጠ)?

ምን ተቀየረ/ ንጉሥ ከጠሏቸው?

ተለወጠ እንጂ/ ግርማ**ሜ**ነታቸው።

የግርማሜና የመንግሥቱ ነዋይን የመፈንቅለ-መንግሥት ሙከራ ተመርኩዞ

ቢፈሩ

ሁለት ወንድማማች/ አምጸውባቸው

እንዴት ቢሠጉ/ ግርማዊነታቸው?

ዳግም ነብስ ዘርተው/ ችግር አይቆያቸው

ጥንቁቅ/ ትምህርታቸው፤

በጥይት መቱና/ እርግጥ ለመሆናቸው

ሰው ጠርተው አደባባይ/ ከዛም ሰቀሏቸው።

ሁለቴ

እየሱስ እንኳ/ አንዴ ባረፈ

እቀብር/ አለፈ።

የነነዋይ እንጂ/ የተከለፈለፈ፤

ሞትም እንዳቃተው/ ተርታ ተሰለፈ

ቅድሚያ በጥይት/ ብሎም፣ በገመድ ጠለፈ።

መንግስቱና ግርማሜ ነዋይ በጥይት ተገድለው ከዛም እሬሳቸው ሲሰቀል

ነዋይ

ገንዘብ፣ ሀብት፣ ንብረት/ አውቀን በጠቀመ፤

ነዋይ መስሎን እንዲያ/ ዋጋ በተመነ

ከአንድም/ ሁለት በደገመ፤

ምንም አልተረፈን/ ያለንም(ጠ) ከሰረ

ወርቅ አይደል ማሰሮ/ ሬሳ ተቀበረ።

ዘመቻ

ቀይ ኮከብ/ ስንቱን አፈናቀል?

ከመሬቱ ዘንዳ/ ጎጆ ሳስተካከል

እየተነሳ/ ከዳሩም መካከል፤

ሄደ/ መሰናከል።

ምድር ካልፈቀደ/ ማገሩን ለተከል

ቀዩ ይለው ኮከብ/ ለሰው አልተሰቀል?

በቀኑ

ተቃኝቶ/ ከጊዜ ማማ

ያምሩበት/ በአዲስ ልብስ ጫማ

ዕለት ሲያውሉ/ ካለለት ዋዜማ፤

ለአንድ ግን ቆዩ/ ሁሌ በደማማ

በዓሉን ሲያከብሩ/ በየቀኑ ግርማ።

ለአቶ በዓሉ ግርማ

ያልተከራከሩት

የለገመ ሎሌ/ ጌቶች ሲያስፈራሩ፤

“ዋ ተጠንቀቅ/ አንት አካሉ!

ገበያው አልራቀ/ ባሮችን ካዋሉ።

በቃል እሽጥኻለው/ በእጅ እንኳን ካላሉ

በዋጋም አልደራደር/ ሳያድር፣ ይወስዱኽ እስከቻሉ።”

ቃሌ

“ቃሌ ሕግ ነው!” / ንጉሥ ወደድ አዋጅ።

በትንሽ ትልቁ/ ጥርሳቸው ሲፋጭ

አፋቸው በዞረ/ ሰቀቀኑ ይፋጅ።

እግዜር እንኳን/ የአለሙ ፈራጅ

በድንጋይ አልፃፈ/ ማስጠንቀቂያው ይማች?

በገዛ

ሸሚያ የፈራ ንጉሥ/ አልጋወራሽ ይደብቃል

በየአምባ ተራራው/ እስረኛ ይልካል።

አባቱ ያስጋዘው/ ፍቅር እንዴት ያውቃል?

ዕድል እንጂ/ ይጠብቃል(ጠ)

በተንኮል ይልቃል።

መንበር በገዛ እጁ/ በትር ይደልቃል

ዘውድ በመዘዙ(ላ)/ ሌላ ራስ ይጠልቃል።

ቀይ

ቀይ ሸብር/ ያንገሸገሻቸው

ቀይ ሸንኩርት እንኳን/ አልበላ(ጠ) አላቸው።

ብሶ

የሻለ መስሎን/ የሻለቃ

የኛ ነገር/ በክፉ አበቃ።

ነገድ

ዘእምነገደ/ ለዐጤ ማዕረጋቸው

ነገደ(ጠ) ሆነና/ ሱቅም መከፈታቸው።

ጅምላ ቸርቻሮ/ ሸቀጥ አልቀራቸው

እሰውም ተሸጠ/ ባርያ ችብቸባቸው።

አይነቱ

መሬት ሲጮኹ/ መፈክር ላራሹ

አልጠየቁ እንጂ/ ያገኙት ምላሹ።

አለፈልኝ ውጥን/ ገባር መምነሸነሹ

አዝመራ ተልሞ/ ያልበቃ አንድ መንሹ፤

የመቃብር ጉድጓድ/ ታደለ ግማሹ።

አስገቡተው

ከአስገባሪ ቀድሞ/ ንፉግ ጌቶቻቸው
ነጥቀው አድነዋቸው(ላ)፤
ዙርያ ገቡ እንዳልበቃ/ ቀላድ ተክለዋቸው፤
ከዳን ሰሌለ/ ማገርም ደጃቸው
ቤት እንዳስጎበኙ/ መሬት ሰጥተዋቸው፤
ውስጥም አስገቡተው/ በደንብ አሳይዋቸው።

ግንባር

በደርጉ ካድሬ/ መፈክር አመራር
ሁሉ ሀብታችን/ ተብሎ ወደ ግንባር፤
ሽፍታው ካላቆመ/ አማፂውም ነዋር
አኮሳተረ እንጂ/ አላየንም ተግባር።

www.ingramcontent.com/pod-product-compliance
Ingram Content Group UK Ltd.
Pitfield, Milton Keynes, MK11 3LW, UK
UKHW041917190726
13854UKWH00003B/1301